Ikatlong Koleksyon

Ancel Mondia

Ukiyoto Publishing

All global publishing rights are held by

Ukiyoto Publishing

Published in 2023

ISBN 9789357708463

www.ukiyoto.com

Contents

Ikaw At Ako

Bumulaga ang isang bulaklak
Mga kamay mo ang humahawak
Tibok ng damdamin naging isa
Sa paaralang elementarya
Eksaktong araw ng mga puso
Nang binawi handog na regalo
Ikaw ay walang kibong umatras
Nilimot sa dekadang lumipas
Hanggang ako'y naging empleyado
At ika'y tipikal na sundalo
Nagtagpong muli ang ating landas
Pintig sa dibdib parang lumakas
Mga paa mo ay lumalapit
Kahit sa kanya nakakasakit
Siya ay sumandal sa iyong braso
Bilang paalala siya ang iyo
Ikaw at ako, ating tinapos
Kasabay ng pag-ibig na musmos

Pahinga

Ang isip ay palaging abala
Katulad ng mataong kalsada
Mga kamay ay may ginagawa
Pareho ng aktibong makina
Humahakbang nang ilang distansya
Sa siklo hindi kayang lumaya
Tinutulak ang pagod na diwa
Lakas ay tunay na nawawala
Sumosobra na, huminto muna
Bago pa ulit na magsimula
Kahinaan ay hindi problema
Talagang kailangan ang pahinga
Iwaksi na ang pagkabahala
Sa ngayon sadyain ang humiga
At sa kawalan ay magpadala

Sa Batang Nene

Huwag magtatago sa panghuhusga
Hindi sila ang totoong tama
Huwag ikahiya ang mga luha
Hindi ikaw ang merong problema
Huwag pansinin ang mga bunganga
Hindi kanila ang iyong ganda
Huwag balewalain ang halaga
Hindi sila ang iyong ligaya
Huwag maging duwag sa walang kwenta
Hindi nila alam kung ano ka

Katorse

Kinukuwestiyon ang sikat ng araw
Sinusuri ang liwanag ng buwan
Tinutuklas angking sansinukob
Nililikom samu't-saring kulay
Kinakalat ilaw ng pag-ibig
Sumisibol bagong pagkatao

Giliw

Pamilyar na tinig
Bigla kong narinig
Kompara nung dati
Nahinog lang konti
Ngunit tulad noon
May dalang emosyon
Ulit na lumitaw
Pagtingin na hilaw
Magbubunga kaya
Ang aking pagsinta
Nakatanim pa ba
Pusong pinalaya
Hindi nga nagmaliw
Ikaw pa rin, giliw

Mga Anak

Likha man ng dugo at laman
Hindi aking ari-arian
Iniluwal man ng katawan
May sariling pagkakilanlan
Himala ng sandaigdigan
Ang mismo ninyong kabuuan
Angkinin na ang kalayaan
Kayo rin ang walang hangganan
Hamon ay mapatagumpayan
Ang misyon ninyo ay gampanan
Kayo ay isang karangalan
Na may dalang kaligayahan

Ang Tanging Pangarap

Kalapating kapayapaan ang bigay
Watawat na diwa ang iwinagayway
Rosas na pag-ibig ang nagsilbing kulay
Krus na makabuluhang buhay ang alay
Bahagharing may pangako ng tagumpay
Ang tanging pangarap dulot ng gasuklay

Bayani

Talim ng karunungan
Bala ng katapangan
Tinta ng katapatan
Tatak ng kasaysayan
Kalasag ng kalayaan
Bandila ng katarungan
Dugo ng paninindigan
Mga bayani ng bayan

Paniniwalaan Ko

May bulak na nakabitin
Hindi ko kayang abutin
Sa ulap lang nakatingin
May umaapoy na bola
Na liwanag ng umaga
Sa araw lang tumingala
Mundo sana ay magbago
Dahil ikaw ang milagro
Na paniniwalaan ko

Umasa

Ang kislap ng bituin ang saksi
Nang naabot ko ang hiningi
Ang kurbada ng bahaghari
Ang tumupad ng aking mithi
Ang apoy ng sulo ang sanhi
Ng nakamit na pagkawagi
Ang angklang sa metal nayari
Mismong tagumpay ng sarili

Gusali

Marahang napulbos ang pagtingin
Tila gusaling naging buhangin
Mabagal na naglaho ang atin
Parang gusaling gawa sa hangin
Sinimulan lang upang tapusin
Gusaling walang ibig sabihin
Pinabuo lang upang wasakin
Gusaling nakatakdang sayangin

Sikap

Ano ba ang pinagsisikapan
Ang materyal na ari-arian
Ang pansamantalang kalupaan
Mga nabubulok na sasakyan
Mga naluluma na tirahan
Ano ba ang pinagsisikapan
Ang nalalaos na katanyagan
Ang naglalahong kapangyarihan
Mga panandaliang kaibigan
Mga saglit na pangangailangan
Ano ba ang pinagsisikapan
Ang buhay na merong kabuluhan
Ang sariling merong kabutihan
Ang layunin na may kagandahan
Ang ambag na may kahalagahan
Ano ba ang pinagsisikapan
Isang malalim na katanungan
Na may samu't saring kasagutan
Isang tiyak na katotohanan
Na ang dulot ay kaliwanagan

Ilan

Ilang tao ang mamahalin
Bago kita matatagpuan
Ilang dagat ang tatawirin
Bago kita masasamahan
Ilang bansa ang papasukin
Bago kita maalagaan
Ilang milya ang lalakbayin
Bago kita mapagsilbihan

Sa Malayo

Nilunod ng imahinasyon
Hinigop ng ibang dimensyon
Nadali ng isang atraksyon
Binuo ang ating koneksyon
Isinabuhay ang bendisyon
Pinatunayan ko sa aksyon
Inangkin ang pagkakataon
Tinupad natin mismong bisyon
Ikaw na sa malayo noon
Nagiging aking bawat ngayon

Katanungan

Sa simple niyang pag-akbay
At paghawak sa iyong kamay
Masasabi bang pagmamahal
Sa puso niya ang umiiral?

Nasusukat ba sa paglalambing
Ang pagtinging hanggang libing
Nababatay ba sa kilos ng katawan
Ang pagsintang walang hanggan?

Ang nararamdaman ba ng balat
Ay pag-irog na tapat
Ang nakikita ba ng mata
Ay pag-ibig na sa Diyos nagmumula?

Ano Nga Ba?

Ano nga ba ang tadhana
Ito ba ay hinihintay
O hinahanap nang kusa
Tanong na ito ba ay may saysay?

Ano nga ba ang kapalaran
Ito ba ay sariling kagagawan
O binibigay ng nagdaan
Dapat ba itong maging palaisipan?

Ano nga ba ang panaginip
Sadya bang likhang-isip?
Ano nga ba ang hangarin
Nanggagaling ba sa damdamin?

Ano nga ba ang pangarap
Natutukoy ba ang hinaharap?
Ano nga ba ang kinabukasan
Sadya bang kinalabasan?

Ano nga ba ang kahulugan
Ng aking pagkatao?
Ano nga ba ang kabuluhan

Ng aking pagkabuo?

Ano nga ba ang kasagutan
Sa aking katanungan?
Ano nga ba ang nilalaman
Ng taong may kalaliman?

Pagod

Nakakapagod na ang bulok na sistema
Nahahapo sa korap na pangangasiwa
Nangangawit sa baluktot na polisiya
Utakang pagdomina isinasagawa
Moralidad ng nilalang pinapababa
Harmonyang pinagsasaluhan sinisira
Relasyon ay binabahiran ng malisya
Ang sariling sala sa iba pinapasa
Nakakapagod na ang magmukhang masama
Nahahapo sa hindi makataong asta
Nangangawit sa laganap na pandaraya

Utang Na Loob

Ikaw ang nagsilbing instrumento
Upang madugtungan ko ang kuwento
Sa pinaghatian na kuwadrado
Natuklasan ang iyong depekto
Matang duling mo ay mapagpuna
May reputasyong mapandomina
Tingin mo sa lahat ay manika
Ikaw ang may suot na korona
Utang na loob hindi nalimot
Sinasambit ng labi kong bingot
Aking handog ay pasasalamat
Kahit dinagdagan mo ang peklat
Walang katotohanang pagsaksi
Binabato ng pobreng ugali
Ang isip mo nakapandidiri
Kaya hindi ako masisisi
Utang na loob huwag mong gamitin
Upang ako'y iyong maliitin
Kagaspangan hindi lalaruin
Ugnayan natin ay tatapusin

Kapayapaan

Ano ang kapayapaan, tanong mo sa karamihan
Samu't saring kasagutan, ang nakuha sa iilan
Sa mismo mong karanasan, ano ba ang kahulugan
Hindi mo matatabunan, ang isang katotohanan
Di kayo magkasunduan, ng sariling nakaraan
Huwag kang makipaglokohan, may pasan kang kalungkutan
Lahat nais mong hawaan, kaya iyong siniraan
Sakit ayaw mong lunasan, pinili ang kahambugan
Ano ang kapayapaan, ginawa mong katanungan
Iyong kasinungalingan, hindi ang kaliwanagan
Naliligaw mong isipan, huwad ang siyang karunungan
Huwag mo na kaming turuan, ng mismo mong kabuktutan
Sarili mong kinalaban, kailangan ng kaayusan
Ano ang kapayapaan, ikaw ang kabaliktaran

Bangkay

Sa nakahiga at nakapikit na batang lalake
Nakasandal ang isang yumaong presidente
Bantog sa pagiging sukdulang dominante
Sa aking pagbaba galing sa isang kubo
Sinalubong ng kuwestiyon ng mga tao
Aking nasagot ang salitang demonyo
Agad kumilos na parang nagsisilikas
Upang ang sarili at isa't-isa mailigtas
Subalit ang iba ay hindi na nakaapas
Dala ng isang sasakyang makabago
Kami ay nag-aalala kaya napahinto
Ang tanong ay liliko ba o didiretso
Ano kaya ang dadatnan sa mapipili
Kahit hindi sigurado sa mangyayari
Sa amin ang pasya sa bandang huli

Tiwala

Kahit hindi mo aminin
Tiwala, kung babasagin
Mahirap nang pabalikin
Kahit iyo pang gustuhin
Tiwala, kung pupunitin
Loob hindi mo maangkin
Iyo mang ipanalangin
Tiwala, kung buburahin
Ikaw ang mamaliitin
Iyo mang dahan-dahanin
Tiwala, kung sisirain
Mismong sala titiisin

Respeto

Basurero man o pangulo
Pantay ang ating pagkatao
Ang isa't-isa irespeto
Sa sarili dapat ituro
Sa iba iyong imodelo
Ang bawat isa irespeto
Tingnan ang lahat bilang tao
Sa pag-usap mo at pagtrato
Sarili't iba irespeto
Ito'y di pagiging mapresyo
Kundi bigay nating pareho
Ikaw at ako irespeto

Balang Araw

May liwanag sa dulo
Na hindi maglalaho
Patuloy ang pagningning
Hanggang sa pagkagising
Ang angkin mong pag-asa
Ang mismo mong simula
Kahit sakit ay tunay
Ganun din ang tagumpay
Nasa iyo ang bukas
Dahil ikaw ang alas
Sarili mong napukaw
Babangon balang araw

Paalam

Pumikit na ang iyong mga mata
Na sumubaybay sa aking pagdadalaga
Tumigas na ang iyong mga kamay
Na sa aking paglaki mismong gumabay
Tumahimik na ang iyong boses
Na hindi na madinig kahit isang beses
Tinakpan na ang iyong katawang lupa
Na makakapiling na lang sa gunita
Patuloy ko kayong pasasalamatan
Kahit hindi na mahahawakan
Pahahalagahan ang iyong pagsumikap
Kahit hindi na makakausap
Sa iyong tuluyang pamamahinga
Dalhin niyo ang aking salita
Mahal ko kayo, Mama

Motibo

Parang itim at puting litrato
Ang motibo na taglay ng tao
Minsan liwanag, minsan anino
Madalas nakapokus sa sentro
Ngunit sa paligid konektado
Kahit subukan na maitago
Nailalantad ay ang totoo
Kahit detalye ay nilalaro
Ang huwad pa rin ang matatalo
Ang aksidenteng hindi naplano
Iba sa ating kusang ginusto
Katapatan lang ang mananalo

Patak Ng Luha

Ang patak ng mabagal na oras
Bumilis nang ikaw ay lumabas
Ang patak ng maamoy na dugo
Bumango nang ikaw ay kumibo
Ang patak ng mabigat na pawis
Gumaan nang ikaw ay nalinis
Ang patak ng mapait na luha
Tumamis nang ikaw ay nakita
Ang patak ng matabang na ulan
Sumarap nang ikaw ay nahagkan
Nag-ibang anyo ang bawat patak
Ang sanhi ay ikaw, aking anak

Hanggang Tingin Na Lang

Nagkapasa-pasa nang inyong hinusga
Nagkabali-bali nang inyong inapi
Nagkagutay-gutay nang inyong pinatay
Ako'y naahon mula sa pagkabaon
Ako'y naligtas mula sa pagkalagas
Ako'y nabuhay mula sa pagkahimlay
Inyong kasalanan naging kahihiyan
Inyong kasamaan naging kabayaran
Hanggang tingin na lang ang matang demonyo
Na nagliliyab sa apoy ng impyerno

Kape

Ikaw ay parang kapeng nakakaadik
Bawat araw sa iyo ay nasasabik
Langit sa panlasa ko ang iyong halik
Bawat araw sa amoy mo bumabalik
Aking mangingibig, kaibigang matalik
Sa piling mo lang ako'y mananahimik

Inggit

Tinatanggi mong ikaw ay naaakit
Natatakot na siya ang nakahihigit
Ang dugo at ulo mo ang umiinit
Ikaw mismo sa kanya ang lumalait
Iyong pinaparamdam siya ang maliit
Pinapalabas tinataglay na galit
Ang totoo patuloy na ginigiit
Hindi ikaw siya kahit ano mong pilit
Akala mo lang ika'y kanyang kapalit
Sa kanya hindi mo kayang mapalapit
Ang kanya hinding-hindi mo makakamit
Kung ano siya hindi maipagkakait
Sa sarili ika'y nakakapanakit
Ika'y nagpapalamon sa iyong inggit

Sakripisyo Ng Magulang

Kahit gutom na ang sariling bunganga
Sinusubo pa sa anak ang kutsara
Sa malabagyong panahon sumusulong
Para makasilong ang anak sa payong
Kahit sa sarili nagiging madamot
Tinatakpan agad ang anak ng kumot
Para lumaki ang anak nang maayos
Pinapabaon ang natirang panggastos
Sakripisyo nila ay walang kapantay
Kahit ang buhay sa anak inaalay
Kaya mahalin ang magulang nang tunay
Pagmamahal nila ang di namamatay

Selpon

Ako ay napalingon nang tumunog ang selpon
Lumitaw ang mensahe na para bang atake
Kumabog ang dibdib ko dahil sa pagkagusto
Ngiti ng aking bibig tanda ng pagkakilig
Sa tawa kong matamis malalaman ang nais
Ikaw lang naman giliw sayo lang naaaliw
Kahit ikot ng mundo biglaang humihinto
Kahit takbo ng oras nagiging isang bwenas
Pagtingin sana'y mutwal dahil ikaw ang mahal

Ang Aking Langga

Nabasa ang iyong pangalan
Natingnan ang iyong larawan
Ika'y aking kinaibigan
At tayo ay nagkamustahan
Mensahe mo'y inaabangan
Mukha mo ay pinagmamasdan
Ngunit naputol ang ugnayan
Karagatan ang siyang pagitan
Inuna ang kinabukasan
Baraha na lang pinakinggan
Ikaw daw ang aking hantungan
Pagbalik mo'y inaasahan
Habang walang nagugustuhan
Ang hula paniniwalaan
Kung magbago, iyong tandaan
Langga, minahal kita minsan

Himbing

Tingin hindi mabaling
Kasintahan ang turing
Tanging sa iyong piling
Ako ay nahihimbing
Ang iyo lamang lambing
Hindi maihahambing
Sa tinupad na hiling
Ako ay nagigising
Iyong handog na singsing
Sa mata nagpaningning

Pangarap

Ang sansinukob ang nagsilbing sisidlan
Ng pangarap na marka ng kalooban
Katulad ng liwanag sa kalangitan
Ang layon na sumibol sa kabuuan
Nasa himpapawid na may kataasan
Ang malakas na tawag ng katuparan
Nasa kalupaan na may kalayuan
Ang malakas na hila ng kapalaran
Ngunit ang globo na siyang ginagalawan
Ay mismong nilulunod ng kahirapan
Subalit sisisirin ang kalaliman
Upang makarating sa paroroonan
Kahit hindi hawak ang kahihinatnan
Lalaban upang walang pagsisisihan

Propesiya

Kayo ay hinati ng magkasalungat na paniniwala
Ako raw ay musmos, ako raw ay tuso, sino ba ang tama
Kaninong panghuhusga ang may basehan, kanino ang wala
May kutob na palaging tumpak, ako ay hindi madadaya
Ako raw ay matalino dahil pakay niyo aking nakita
Ako rin daw ay walang muwang ayon sa sinabi ng iba
May usap-usapan na hindi ko raw kaya magkompetensya
Subalit ako ay hindi naman talaga nababahala
Natutuwa pa sa tuwing nakokontra ang inyong akala
Napatunayang mali ang sa akin may tingin na mababa
Motibo niyo aking nadama kaya ako ay pinasama
Ngunit ang aking salita nanatiling isang propesiya

Misteryo

Sabi ng karamihan ikaw ay misteryo
Ang iyong katotohanan ay nakatago
Tila mag-isa kang namumuhay sa mundo
Hindi ka nila mabasa dahil sa layo
Parang sarili mo lang ang iyong kasundo
Sa materyal at anyo hindi apektado
Ikaw ay orihinal at iyong pinuno
Ang iyong kahusayan ay nakakalito
Ang trato mo sa buhay ay tila sekreto
Sila ay nagugulat sa iyong panalo
Naiinggit pa sa iyo ang mga tao
Palaging tanong ikaw ay sino at ano

Pilosopiya

Nakakaya kong dumistansya at makisama
Kahit kabilang sa grupo ay nag-oobserba
Maituturing mong kaibigan at kapareha
Meron akong alam na walang nakakahula
Sa kawalan madalas napatitig ang mata
Sa kung ano ang naiisip ay namamangha
Ako ay may katangian na nakakatuwa
Meron ding pagkahilig na nakakagambala
Minsan parang wala, minsan parang may presensya
Madalas ay hindi maunawaan ng iba
Ako ay parehong malalim at pambihira
Natatangi, ako ay isang pilosopiya

Bagong Taon

Aking isinuot ang damit na pula
Inilapag ang pagkain sa lamesa
Pinaandar ko ang ilaw na may saya
At pinalakas ang musikang masigla
Binuksan ang pinto pati ang bintana
Nagkatuwaan kasama ang pamilya
Kumuha ng mga litratong maganda
Nasa orasan nakaabang ang mata
Sa aking damdamin hawak ay pag-asa
Nakiisa sa pag-ikot ng planeta
Nanatiling gising hanggang mag-umaga
Nakahanda sa panibagong simula

Haraya

Ipinikit ang matang tila nabulagan
Malalim na kadiliman ang nasilayan
Lumitaw ang senaryong likha ng isipan
Nagpatibok sa pusong may katahimikan
Kaluluwang nagkatawan ay inapuyan
Tungkulin sa sansinukob ay natuklasan
Dalawang paa ay nakipagsapalaran
Angking mga daliri ay nakipaglaban
Samot-saring hamon ay napagtagumpayan
Inakit ang kariktan ng kinabukasan
Destino ay nagkaroon ng kaganapan
Sa haraya nagsimula ang kasaysayan

Tuloy Pa Rin Ang Laban

Ako ay prutas na nahinog
Upang sa lupa lang mahulog
Nabulok lang sa pagkatulog
Sa pagsuko ay nagpadurog
Sa pagkalaho ay sumabog
Ang aking diwa ay nahubog
Bumalik sa buhay na handog
Namulaklak sa pagkalubog
Nagkalaman pa nang kumulog
Kumapit na at umindayog
Pangarap ay naging matayog
Lumaban na merong pag-irog

Bintanang Salamin

Sa tindahan ng keyk may bintanang salamin
Hinarap ko at sa sarili napatingin
Nasilayan ang totoong hindi naamin
Ang sansinukob kung paano ko suriin
Siya ring paano ang sarili tutukuyin
Aking natatanging personal na layunin
Angking paraan ng pagiging malikhain
Mga mundo sa labas aking tatahakin
Mga parte ng kabuuan pupukawin
Taglay na kapalaran aking huhugisin
Ang bintanang salamin aking lilinawin
Kuwento ng repleksyon ko aking mamahalin

Mundong Ibabaw

Nasa kalangitan na bughaw
Ang nakakasilaw na araw
Ako na sa mundong ibabaw
May natagpuang isang ikaw
Damdamin ko iyong napukaw
Natunaw mo ang aking ginaw
Ligaya ko ay nag-umapaw
Napawi angking pagka-uhaw
Bagong pag-ibig ay lumitaw
Nahanap sariling naligaw
Umaga ay naging malinaw
Nang ikaw ay unang natanaw

Walang Hanggang Pasasalamat

Hindi ko alam ang ugat hindi ko alam ang bunga
Hindi ko alam ang puno hindi ko alam ang dulo
Ako ay isang tuldok lang mula sa sinapupunan
Ako ay isang binhi lang mula sa sandaigdigan
Ngunit likha ng Maykapal at likha ng pagmamahal
Ang isang walang hangganan ako ang siyang kumatawan
Hindi man alam ang bungad hindi man alam ang wakas
Sila ang katotohanan na hindi mapatunayan
Tinataglay ko ang buhay espiritu ng materyal
Tinataglay ko ang tula esensya ng pagkalalang
Mahiwagang kabuuan kinikilalang biyaya
Parte ng isang imortal ang aking pasasalamat

Ikaw Lang

Ang likhang walang puso mababaon sa limot
Tuluyan lang matatanggal ang maskarang suot
Sa huli ikaw lang ay magiging isang lumot
Ang gawang walang diwa mawawala na lamang
Mananatili lang bakante ang isang puwang
Sa huli ikaw lang ay mag-aanyong kalawang
Ang kathang walang dasal tiyak hindi lalago
Sa liwanag ang kadiliman ang maglalaho
Sa huli ikaw lang ay mauuwi sa abo
Ang aktong walang layon ay hangin na tinusok
Magpapalamon lamang sa iisang pagsubok
Sa huli ikaw lang ay magiging alikabok

Pagtingin

Hindi ko maiwas ang mata sa iyong mukha
Nakabukas lang ang tainga sa iyong salita
Ang haplos ng iyong kamay aking dinadama
Laging nananabik na ikaw ay makasama
Napapatahimik kung ikaw ay napatawa
Pinapasalamatan ko ang iyong presensya
Nasa aking gunita ang iyong alaala
Sa bawat mong galaw ako ay napatulala
Hangad kong iyong maituring na mahalaga
Ikaw ay bukod-tangi sa mga nakilala
Ikaw ang taong sumungkit ng aking paghanga
Napagtanto kong ikaw ay aking sinisinta

Dibinidad

Iyong tanging hangad ay umusad
Karangalan sa iyo igawad
Subalit ikaw ay isang higad
Huwag baliktarin ang realidad
Katotohanan lang ang lalantad
Iyong tanging ibig ay lumipad
Kayamanan sa iyo ibayad
Subalit ikaw ay isang tamad
Huwag isuko ang iyong dignidad
Sarili dapat na mapatawad
Iyong tanging mithi ay umunlad
Katanyagan sa iyo ibungad
Subalit ikaw ay isang huwad
Huwag hamakin ang mga mapalad
Layunin sa mundo ang itupad

Bituin

Bituin, Unang Tula

Ikaw ay bituin
Isinabuhay ang salita ng tinta
Tinta na ginabayan ng iyong pluma

Ikaw ay bituin
Nagsilbing isang propesiya ang labi
Labing guhit ng sariling bahaghari

Ikaw ay bituin
Dahil sa tiwala mo sa sansinukob
Sansinukob na taglay ng iyong loob

Bituin, Ikalawang Tula

Ikaw ay bituin
Taglay mo ang proteksyon ng kanunuan
Kanunuan mong may karunungan ng buwan

Ikaw ay bituin
Tinitingala ng matapang na oso
Oso na siyang simbolo ng iyong puso

Ikaw ay bituin
Merong sinag ng matibay na brilyante
Brilyanteng iyong kaanyo bilang Nene

Bituin, Ikatlong Tula

Ikaw ay bituin
Merong kamalayan sa bawat sandali
Sandali mong humuhubog sa sarili

Ikaw ay bituin
Nakatatak sa isip mo ang prinsipyo
Prinsipyo mong nagpapadaloy sa dugo

Ikaw ay bituin
Angkin ang pangalan na totoong tanyag
Tanyag sa kahusayang sinasagisag

Bituin, Ikaapat na Tula

Ikaw ay bituin
Iyong kawangis ang ginintuang araw
Araw na siyang buhay ng mundong ibabaw

Ikaw ay bituin
Binabalutan ng isang salamangka
Salamangka mong ugat ng kaluluwa

Ikaw ay bituin
Tila kasingtanda ng kawalang-hanggan
Kawalang-hanggan ng mga panitikan

Hanggang Sa Huling Bahaghari

Hanggang sa huling bahaghari
Aking isasabuhay ang enerhiya
Enerhiya ng nakamit na paglaya
Hanggang sa huling bahaghari
Aking iluluwal ang sariling katha
Katha na repleksyon ng aking ligaya
Hanggang sa huling bahaghari
Aking isasaboses ang angking diwa
Diwa na hinuhubog ng pang-unawa
Hanggang sa huling bahaghari
Aking lalasapin taglay na ginhawa
Ginhawa na bunga ng pagtitiwala

Tama Na! Sobra Na!

Tama na!
Ako na ang uusad
Ayon sa aking palad
Na pinapabaliktad
Sobra na!
Ako na ang kikilos
Mula sa pagkagapos
Na nagpapabusabos
Tama na!
Ako na ang lalaya
Patungo sa tadhana
Na pinagkakaila
Sobra na!
Ako na ang sasaya
Pagdating ng umaga
Na binabalewala
Tama na!
Ako na ang aabot
Sa natatanging sagot
Na ipinagdadamot
Sobra na!
Ako na ang bubuhay
Ng sariling tagumpay
Na ipinapapatay

Salamat Sa Sakit Mahal Ko

Salamat sa sakit mahal ko
Sa kabila ng panloloko
Aking nalaman ang totoo
Ikaw ang dapat na isuko
Salamat sa sakit mahal ko
Sa wakas ako ay natuto
At napunta sa tamang tao
Na ako ang mahal nang buo
Salamat sa sakit mahal ko
Lahat ng hirap ay naglaho
Noong natapos na ang tayo
Nakita siya na tanggap ako

Laban Sa Hamon Ng Buhay

Lumaban ka sa hamon ng buhay
Ang iyong buong puso ialay
Sa mga pagsubok huwag bibigay
Ang mithi mo ang magtatagumpay
Ipamalas ang lakas na taglay
Pangarap mo ang magkakakulay
Ikaw ang gandang walang kapantay
Sapagkat nananatiling tunay
Sa panghuhusga huwag magpatangay
Nakatakda kang bigyan ng pugay
Hahangaan sa angkin mong tibay
Tiwala sa Diyos na tanging gabay

Sana

Sana huwag mangialam ang walang alam
Dahil walang batayan ang agam-agam
Ang kasinungalingan ay mapaparam
Iwaksi ang ugaling hindi mainam
Ang kabutihan ng kapwa ang iasam
Tigilan ang nakakasakit na uyam
Tiyak na babalik ang pinaparamdam
Gamitin sa wasto ang buhay na hiram
O tuluyan kang maging kasuklam-suklam
Sa mundo ikaw din ay magpapaalam

Desisyon

Ako ay nakapagdesisyon na
Aalisin ang piring sa mata
Tititig sa taong mapanghusga
Lalaban sa pang-aalipusta
Pagbabago ay magpapakita
Ako ay nakapagdesisyon na
Kukunin ang busal sa bunganga
Sasagot sa taong mapandaya
Lalaban sa kawalang hustisya
Pagbabago ay magsasalita
Ako ay nakapagdesisyon na
Tatanggalin ang gapos sa paa
Tatayo sa taong mapanira
Lalaban sa pagmamanipula
Pagbabago ay makikilala

Ilaw Ng Puso Ko

Magliliwanag ang ilaw ng puso ko
Sa bawat dako ng aking pagkatao
Sa Tagapaglikha lang ako yuyuko
Sa samot-saring hamon hindi susuko
Katarungan lamang ang siyang mamumuno
Gumuho man ang lahat na teritoryo
Mapawalang bisa man ang bawat trono
Pagkakakilanlan hindi maglalaho
Dahil isa ang sansinukob at ako
Hindi basta mawawasak ng kung ano
Ang misteryosong ilaw na walang dulo
Ang dugo ng kabutihang nasa puso

Kalsada

Ngayon mismo ang oras, hubarin ang maskara
Ikaw ay isang perlas, mundo ay siyang talaba
Kakampi mo ang ahas, lason niya ang sandata
Tanggihan mo ang malas na dulot ng gayuma
May anghel sa itaas, gabay sa iyong diwa
Iyong taglay na lakas nasa iyong salita
Alam ang iyong bukas, may hawak kang espada
Ang kagandahang likas mismong banal at tama
Ang aninong may bakas tuluyang mawawala
Limutin ang lumipas, tanggapin ang simula

Second Chance

Songs of old romance fill the air
Familiar sweetness blows my hair
You still sing like my former pair
A past flame burns bright in your stare
Your warm return makes my heart bare
For second chance I dare to care
Again same loving smiles we wear
Like our souls never have a tear
This time love survives as we swear

One Day

My all can be too much or too little
My love can be too early or too late
I may look tough but I get quite brittle
I may have will but I believe in fate
It's me you magnify or belittle
But one day I'll be your enough and mate

Crowd

In this lifetime, I'm feeling blue
Of past love, I'm looking for clue
Praying for someone whom I knew
Asking for something which we grew
Been trying to fall for a few
But the old stays to be the new
I think they mimic what you do
They attempt to look like you too
Shall I get the answer of who
If I'm uncertain of what's true
With forgotten you, I'm not through
Among the crowd, there's always you

Coffee

It can be black
It dives in the feelings of lack
It can be brown
It sinks with the senses that drown
It can be white
It drops on the musings that bite
It can be hot
It taps the heart to give a shot
It can be cold
It pulls the mind to become bold
It can be strong
It flows through the soul that lives long
It can be mild
It runs through the bod that's once wild
It is coffee
It pours like ink that bleeds through me

Evil-Intentioned

Open-handed but green-eyed
Whom she tames, she lames
Good-natured but self-centered
Whom she charms, she harms
High-minded but two-faced
Whom she schools, she fools

Treasures For Debutant

Keychain

Let a keychain become your constant reminder
Of your experiences you wish to remember
Place it where it can make you feel safe and better
As you serve as its rightful and thoughtful keeper

Mirror

Let a mirror reflect your natural beauty
That complements your genuine personality
Face it like you take pride in your reality
Stay true to yourself as part of diversity

Bag

Let a bag serve as your witness and companion
As you go through an overall transformation
Carry it like it's your emotion and reason
As you're set to pursue your purpose and passion

Pillow

Let a pillow comfort your mind with its softness
As you take pauses while pursuing happiness

Allow it to revive you from everyday stress
Dream which you deserve and not what's anything less

Necklace

Let a necklace remind you of love in your heart
The life you breathe which is a precious piece of art
Wear it and be reminded of your special part
In the universe where promises and hopes start

Tumbler

Let a tumbler travel with you in your journey
And rescue you every moment you get thirsty
Have it ready even though you're in a hurry
For it's produced to be part of your victory

Journal

Let a journal inspire you to live your story
And make you believe that you are truly worthy
To have a life that's great and satisfactory
So record the days you use your ability

Mug

Let a mug remain beside you throughout the day
With its warmth or chill it's courage it has to say

Prepare it after you study or work or play
In front of it express gratitude when you pray

Bracelet

Let a bracelet seal your relationships with glee
As they all direct you to what makes you feel free
Wear it and know what you wish is who you will be
And the people you sincerely value will see

Earrings

Let earrings highlight the truth that you're beautiful
And you add meaning to the world that's wonderful
Allow it to emphasize your face that's graceful
A lovely and healing sight that makes hearts joyful

Watch

Let a watch remind you of the daily blessing
As you try to get the future you're creating
Wear it as you achieve a life that's fulfilling
Make your presence a reason to keep on hoping

Towel

Let a towel make you see the ordinary

And notice the importance of simplicity
Allow it to remind you of intimacy
That to every existence is necessary

Bowl

Let a bowl share to you the essence of goodness
As it deeply helps and guides you to spread kindness
Fill it with service that's both priceless and timeless
As you resolve to lead a life full of greatness

Wallet

Let a wallet help you secure prosperity
As it provides for your life and makes you healthy
Carry it as you build a life of quality
That definitely influences the many

Canvas

Let a canvas connect to you personally
As it usually tends to last eternally
Hang it in your space where you store a memory
That makes you as you realize your destiny

Blanket

Let a blanket give you warmth that is comforting
As it wraps you in peace you need as a being
Allow it to cover you as you are resting
As you're getting short breaks from what you've been searching

Book

Let a book create an impact on your mindset
As it imparts wisdom you are supposed to get
Bring it with you toward a life you won't regret
Where your goodwill and good deeds people won't forget

Pen

Let a pen make your ideas stay forever
Create pieces of art you're meant to discover
With its ink put your thoughts and feelings together
And show how to be life's survivor and fighter

Weird

My face looks weird
but I've appeared
My body acts weird
but I've steered
My voice sounds weird
but I've persevered
My all is weird
but I've been revered

You May, You Can't

You may humiliate me for my scars
But you can't demotivate me from reaching the stars
You may mortify me for my dark spots
But you can't demoralize me from calling the shots
You may degrade me for my fats
But you can't discourage me from winning the combats

A Tribute To Teachers

I feel like I am a ray of the sun
I feel like I am a blow of the wind
I feel like I am a seed of the plant
For having met the eyes
For having known the voices
For having loved the souls
Of my teachers

You are the lead of my pencil
My firsts, my introductions
Towards the worlds of learning
Till you become the ink of my pen
My beginnings, my entrances
Towards the galaxies of dream

You are the lines of my paper
My guides, my directions
Towards the islands of passion
Till you become the blank of my paper
My will, my drive
Towards the horizons of purpose

My heart is a well filled with water of gratitude
For the knowledge you help to impart
My mind is a cave filled with gems of admiration
For the abilities you help to enhance
My spirit is a chest filled with treasures of love
For the values you help to sustain

As chalks are made of powder
As blackboards are made of wood
I am who I am because of you
Who made me as who I am

Stages of Grief

Denial

The bloom's petals scattered
The beer's liquids splattered
The breeze had gone away
The beam had gone astray

Pain was swamped in reason
Pain was drowned in passion
Timeless truth had been caged
Transient lies had been waged

Anger

Sunset passed like swallow
Moonrise stayed like wallow
Fright's shade jumped in corner
Wrath's ghost waltzed in center

The shameless lions roared
The ruthless ravens soared
The wildfire screamed deceit
The windstorm wailed defeat

Bargaining

Human eyes turned teary
Sacred soul turned weary
Angst pierced the inside beast
Guilt hushed the covered feast

Sweaty fists jabbed dragons
Stinky feet knocked demons
Teeth of fault stripped the chin
Nails of blame peeled the skin

Depression

The mouth smacked the bloodstain
The hands brushed the heart strain
Head ended daydreaming
Breast quitted redeeming

My addictive poison
My poor medication
My body could not slave
My spirit could not save

Acceptance

Sunlight appeared warming

Rainbow occurred charming
I was beckoned by psalms
I was embraced by palms

I welcomed life's being
I received love's feeling
Breathed life to holy verse
Breathed love to universe

Vices Versus Virtues

Pride versus Humility

Marks of pride on my forehead
Are signs of my fall as dead
Humility has light tread
That saves me with wings that spread

Lust versus Chastity

Crawls of lust around my thigh
Are loads of my dismal sigh
Chastity unveils the lie
Frees me that shall never die

Greed versus Charity

Forces of greed on my hand
Are weights of my loss on land
Charity makes the true brand
Of my core built from the sand

Envy versus Gratitude

Flash of envy on my eye
Is my tragic cry of bye
Gratitude is hues of sky
That rescues so I can fly

Gluttony versus Temperance

Gluttony's taste in my mouth
Is my deep grave in the south
Temperance that serves as scout
Brings me back to life by shout

Wrath versus Patience

Fever of wrath in my chest
Is my disquieting rest
Patience is my timeless quest
Home where I'm the constant guest

Sloth versus Diligence

Spaces of sloth in my feet
Are life's voids I always meet
Diligence is the sole street
Where existence I can greet

Bridges

Rigid like steel, they feel unreal
Solid like stone, they stay alone
Rough like concrete, they look discrete
Bridges that link, people that think
Ways to direct, means to connect
Comes the typhoon, then goes the moon
The bridges shake, the bridges break
Onslaught reveals, the might that steals
Do recover, do empower
Rebuild bridges, restore riches
We're tough ever, it's not over

Blood Moon

Sun, Earth, Moon formed lunar eclipse
Pale white turned into muddy red
The drama shall meet the karma
Breakdowns shall result in breakthroughs
Shake-up shall be the new era

Earring

Arrived the noontime heat
In jeep they took a seat
He was about to nap
When love gave him a slap
She looked pretty and fair
He could not help but stare
She listened to earphones
Fell her earring of stones
He gently picked it up
And touched her like a pup
He showed her the earring
Thank you she seemed to sing
Smile was behind his mask
But he was shy to ask
She was dropped by the jeep
And he took his last peep

Bias

You felt wicked pleasure
As you became so sure
I felt destructive pain
As I became insane
Yours was ruthless power
Mine was weak surrender
You were labeled as him
So I was named victim

With My Own Pen

I reached limitless skies by planes
By cars, I passed through endless lanes
I crossed measureless seas by ships
By myself, I took countless trips

But all lands made me feel empty
And all men made me feel lonely
The pull within was disturbing
The voice inside was resounding

I could not tame my wildest dream
I could not dim my brightest beam
My bliss would be with my own pen
Between fingers that counted ten

I would have my name on the book
Every reader would pause to look
I would be leaving legacy
I would last for eternity

The Great Blessing

Life created me in your womb
Death threatened you to be in tomb
A babe inside you meant danger
But you took a mother's power

Your tough love was shown by your scar
As you raised me to reach this far
Through all the challenges of lack
You stayed the home where I came back

No one among us was perfect
But remained your care and respect
Although our world became so wild
You protected me as your child

We were poor on the diverse lands
But with you, full were my both hands
Your mere presence was fulfilling
You were to me the great blessing

I'm A Woman

I'm a woman, I will break free
An object, I'm not made to be
Stop mistreating me like a slave
Don't dominate me to behave

I'll soar, the universe will see
I'm a woman, I will break free
I'm your equal as I'm your wife
Quit depriving me of my life

Put an end to forms of abuse
It is not me, you can confuse
I'm a woman, I will break free
No one else can save me but me

I'll firmly stand, I'll boldly fight
I'll triumph as the just and right
You will never weaken my knee
I'm a woman, I will break free

Star-Crossed

The love in my core was burned by hatred
Ashen was hope changed by pain unsacred
Threat of regret played like mocking lyric
Deafening loss my wit feared to mimic

Entrapped by flaming flags and warning horns
Caged by entangled cold bars and sharp thorns
My head was draining as bod was flightless
My heart was rotting as soul was soundless

Existence was on the brink of despair
Being seemed impossible to repair
Unknown if my future would recover
For now I would continue to suffer

Goodbye

We can't help but cry
At every goodbye
Though it feels we die
We still choose to lie
What makes us feel high
Tends to give a sigh
We stop asking why
As we cut the tie

She Is A Septet

A Bloom Dried By The Crimson Sky

She is a bloom dried by the crimson sky
Both her flaming lips and eyes used to cry
With her young blood, she boldly bids goodbye
She holds a strong hue she declines to dye
Limits she tends to joyously defy
With warmth and power, she stands to fly high
She's unconventional, all can't deny

A Gold Wept By The Noontime Sun

She is a gold wept by the noontime sun
Her glowing smile and stare reflect real fun
Her timing of cracking jokes tends to stun
Her vibe and radiance nobody can shun
Through her being, healing energies run
She soars despite being under the gun
She always asserts she has just begun

A Shell Washed By The Soothing Sea

She is a shell washed by the soothing sea
Her graceful gestures set countless hearts free

She has a pensive face that veils pure glee
Through timeless and diverse souls she can see
With her insightful whispers all agree
She's an elusive dream she's made to be
She seems close but she tends to swiftly flee

A Twig Snapped By The Howling Gust

She is a twig snapped by the howling gust
To the cosmos she surrenders with trust
Her intuition is bizarrely just
Her humility warns her all are dust
She aligns with nature that tends to thrust
She sometimes treats worldly life as a bust
Fulfilling missions for her is a must

A Cloud Shaped By The Crystal Beads

She is a cloud shaped by the crystal beads
Her own inevitable fate she leads
Random people's pasts she precisely reads
She leaves lasting impressions with her deeds
Creating legacy is all she needs
She has spiritual guides she always heeds
The realization of aims she seeds

A Rock Bleached By The Frigid Land

She is a rock bleached by the frigid land
Mix of strength and grace determines her stand
Her thoughts and moves are both simple and grand
She raises her spellbinding hand like wand
Any forms of death she tends to withstand
She lives her life based on her own command
She stays adamant being her own brand

A Vine Twined By The Lofty Bole

She is a vine twined by the lofty bole
She resolves to fill her innermost hole
Evolving happiness is her sole goal
A harbinger of change is her chief role
In the contrasting worlds she tends to stroll
Untold lives are signified by her soul
She aims to be her own self to be whole

A Leaf Burned By The Twilight Hues

She is a leaf burned by the twilight hues
Her voice suits the sound of rhythm and blues
She projects the notion she lives in clues
Her beauty serves as the society's muse
She states her values do not need excuse

Her own principles provoke and amuse
She knows she has worth no one can just use

An Eye Shut By The Daybreak Glow

She is an eye shut by the daybreak glow
Her dark hair is like thoughts that freely flow
The envy's little fire she tends to blow
Deep gratitude is her dance that gets slow
She appears and disappears like a show
Her life is a cycle she claims to know
She goes to somewhere no one can follow

A Smoke Dyed By The Ombre Shades

She is a smoke dyed by the ombre shades
Her holographic aura never fades
Her versatility stays for decades
She has a prismatic light she parades
She possesses vibration she upgrades
Sucking energies she smartly evades
She is a soul the cosmos serenades

A Seed Dropped By The Full-grown Plant

She is a seed dropped by the full-grown plant
Genuine liberty she resolves to grant

Her love for independence is constant
She has the name for being adamant
Her heart is tough and her mind is brilliant
She hates the arrogant and ignorant
Being different she is abundant

A Gem Dimmed By The Heavy Tears

She is a gem dimmed by the heavy tears
Her spirit is tested by pains and fears
But she believes her deserved triumph nears
A light of hope within her still appears
An uplifting music she feels and hears
Her tender throat she effortlessly clears
She makes sure her words shall remain for years

A Heart Cleansed By The Snowy Night

She is a heart cleansed by the snowy night
She learns forgiveness through unsteady light
Her power to move on is her own might
She wisely knows when to let go and fight
Without being self-righteous, she stays right
She certainly has both insight and sight
She masters not to hold anything tight

A Coal Warmed By The Rosy Thumb

She is a coal warmed by the rosy thumb
She holds emotions though she appears numb
The society wonders where she comes from
Her cheeks blush as if her soft lips sip rum
Her laughter and chatter sound like a strum
She shares her time the way she gives a crumb
She stays far as she declines to succumb

A Plume Browned By The Countless Dust

She is a plume browned by the countless dust
Her delicacy and importance rust
She used to wrongly label love as lust
She senses that her belief shall combust
To herself and all she has been unjust
She suddenly feels the urge to adjust
As she sees her life as thing of disgust

A Pulp Juiced By The Metal Tool

She is a pulp juiced by the metal tool
She grows through time though she acts like a fool
Sometimes she is warm, sometimes she is cool
She has been an object of ridicule
But she keeps spending days based on her rule

She succeeds like she has magnetic pull
Her eventful lifetime makes her heart full

A Spark Flashed By The Striking Stones

She is a spark flashed by the striking stones
She seems hard to reach but she breaks like bones
She voices her mind through different tones
But she's original, not any clones
She happily cheers, she painfully groans
But she stays unbothered by others' thrones
A crown and a scepter she also owns

A Grain Fanned By The Insect Wings

She is a grain fanned by the insect wings
She has an existence full of meanings
She knows to balance her thoughts and feelings
She leads beginnings after all endings
She deeply values intangible things
Courage and resilience with hope she brings
She paves the way for several blessings

A Cup Kissed By The Tinted Lips

She is a cup kissed by the tinted lips
She deeply feels things through her fingertips

She becomes tough after many hardships
She looks appealing with her swaying hips
She savors different meaningful trips
Her smooth and shiny hair she often flips
Her soul cherishes few relationships

A Pain Hushed By The Cordial Strokes

She is a pain hushed by the cordial strokes
Mixed reasons and emotions she provokes
She gives double-meaning and witty jokes
Her attitude signals she lives in cloaks
In the learnings of life, her spirit soaks
She shatters every restriction that chokes
Her all evolving strengths each challenge stokes

A Little Prayer

With folded hands, I whisper a prayer
May God guide our dreams that to us matter
With closed eyes, I ask that we get better
May God allow our love to grow stronger
On bended knees, the world I surrender
May God bless me with your heart forever

She Is A Myth

Phoenix

Phoenix shines with an explosion
Darkness is her transformation
She returns with increased power
Death is her strength that grows better

Unicorn

Unicorn loves with purity
Her appearance is mystery
She is beast yet vulnerable
Her gifts are undeniable

Undine

Undine exists with quiet grace
She hopes for a loving embrace
Her soul serves as a messenger
She signifies depths of water

Dragon

Dragon is well-known and timeless

The world fears her being fearless
She gives herself for her desire
The strength she holds others admire

Werewolf

Werewolf has terrifying form
Her emotions are like the storm
She believes love means protection
Her might stays through imperfection

Sylph

Sylph by nature is aesthetic
Rare is her delicate magic
She is heavenly not mortal
Her beauty is not material

Mermaid

Mermaid is deeply sensitive
She grows so imaginative
The world she can truly amaze
She has profoundly dreamy gaze

Dryad

Dryad is in tune with nature
She has loyalty that stays pure
Her soul belongs to the forest
She heals the humans that request

Sphinx

Sphinx has intimidating mind
Power and status she can find
She is master of leadership
Her ideas others worship

Faery

Faery knows she grows mischievous
Her life has been miraculous
She has eyes that are enchanting
Her magic changes everything

Elf

Elf is secretly superior
She silently lives in favor
Her real status remains glorious
She avoids becoming famous

Centaur

Centaur lives in strength and wisdom
Her adventures are quite random
She gains knowledge in the process
Her journey in life is endless

Black

You absorb the light
Reflection of blindness
Resemblance of night
You stand for the lifeless
Fearsome is your might
Beauty is merciless
Accused as a blight
But face is fathomless
Secret out of sight
Veiled by the limitless

About the Author

Ancel Mondia

Ancel Mondia was awarded Fiction - Woman Writer of the Year by Ukiyoto Publishing for her title Nene's Prose. She also authored Tula ni Nene, Nene's Poetry, and Ikalawang Koleksyon.

9789357708463
FCW - #0223 - 061026 - C0 - 225/150/6 - PB - 9789357708463 - Gloss Lamination